ENGLISH AND SWAHILI

Traditional English Nursery Rhymes

First Printing, 2019
Paperback ISBN 9781709487682

Cyber Phoenix Books,
London, United Kingdom

email arielle@cyberphoenixltd.com
www.books.cyberphoenixltd.com
www.cyberphoenixltd.com

Cyber Phoenix Books

Contents

Twinkle twinkle little star
Meremeta nyota ndogo

how I wonder what you are
nashangaa vile ulivyo

up above the world so high
ulivyo juu mawinguni

like a diamond in the sky
kama almasi angani

twinkle twinkle little star
meremeta nyota ndogo

how I wonder what you are.
nashangaa vile ulivyo.

Head, shoulders, knees and toes

Kichwa, mabega, magoti na vidole

knees and toes

Head, shoulders, knees and toes

Kichwa, mabega, magoti na vidole

knees and toes

macho   masikio   kinywa   pua

And eyes and ears and mouth and nose

Na macho na masikio na kinywa na pua

Itsy Bitsy Spider

The itsy bitsy spider climbed up the water spout
Bui bui mdogo alipanda kwenye njia ya maji

Down came the rain and washed the spider out
Mvua ilinyesha ikamtoa bui bui nje

Out came the sunshine and dried up all the rain
Jua likatoka na kukausha mvua yote

And the itsy bitsy spider climbed up the spout again
Kisha bui bui mdogo akapanda njia ya maji tena

If you're happy and you know it
  clap your hands.
Kama una furaha piga makofi.

x 2

**CLAP CLAP!
PIGA PIGA!**

If you're happy and you know it
  Kama una furaha

And you really want to show it
  Na unataka kuonyesha

If you're happy and you know it
  clap your hands.
Kama una furaha piga makofi.

**CLAP CLAP!
PIGA PIGA!**

If you're happy and you know it stomp your feet
  Kama una furaha kanyaga chini

If you're happy and you know it shout out loud
  Kama una furaha kupiga kelele

The Wheels On The Bus

The wheels on the bus go round and round
Magurudumu ya basi yazunguka

Round and round
Zunguka, zunguka

All day long
Siku nzima

The doors on the bus go open and close
Mlango wa basi na funga na fungua

Open and close
Funga na fungua

All day long
Siku nzima

The horn on the bus goes beep beep beep!
Honi ya basi inapiga

The driver on the bus says move on back!
Dereva wa basi anasema tuende nyuma!

The baby on the bus says wah wah wah!
Mtoto kwenye basi anasema

13

Old McDonald

E-I-E-I-O!

Old McDonald had a farm
Mzee McDonald alikuwa na shamba

And on that farm he had some pigs
Na katika shamba alikuwa na nguruwe

With an 'oink oink' here and an 'oink oink' there
Kukawa na 'oink oink' hapa 'oink oink' pale

Here an 'oink' there an 'oink'
Hapa 'oink' pale 'oink'

Everywhere an 'oink oink'
Kila sehem 'oink oink'

Now try singing it with these animals!

Some cows	Some hens
Ng'ombe	Kuku
Some Sheep	A cat
Kondoo	Paka
A horse	A dog
Farasi	Mbwa
A monkey	Some frogs
Nyani	Vyura

RED	NYEKUNDU
ORANGE	MACHUNGWA
YELLOW	MANJANO
GREEN	KIJANI
BLUE	BLUU
INDIGO	INDIGO
VIOLET	ZAMBARAU

I can sing the rainbow colours!

Naweza kuimba rangi ya upinde wa mvua

Five Little Ducks

Five little ducks went swimming one day
Over the hill and far away
Mother duck said,
"Quack quack quack quack"
And only four little ducks came back!

Bata tano ndogo akaenda kuogelea siku moja
Juu ya kilima na mbali zaidi
Mama bata alisema,
"Quack quack quack quack"
Na bata nne tu nilirudi!

Four little ducks went swimming one day
Over the hill and far away
Mother duck said,
"Quack quack quack quack"
And only three little ducks came back!

Bata nne ndogo akaenda kuogelea siku moja
Juu ya kilima na mbali zaidi
Mama bata alisema,
"Quack quack quack quack"
Na bata tatu tu walirudi!

Three little ducks went swimming one day
Over the hill and far away
Mother duck said,
"Quack quack quack quack"
And only two little ducks came back!

Bata tatu ndogo akaenda kuogelea siku moja
Juu ya kilima na mbali zaidi
Mama bata alisema,
"Quack quack quack quack"
Na bata wawili tu walirudi!

Two little ducks went swimming one day
Over the hill and far away.
Mother duck said,
"Quack quack quack quack"
And only one little duck came back!

Bata mbili ndogo akaenda kuogelea siku moja
Juu ya kilima na mbali zaidi.
Mama bata alisema,
"Quack quack quack quack"
Na bata moja tu akarudi!

One little duck went swimming one day
Over the hill and far away
Mother duck said,
"Quack quack quack quack"
And all her five little ducks came back!

Bata moja dogo akaenda kuogelea siku moja
Juu ya kilima na mbali zaidi
Mama bata alisema,
"Quack quack quack quack"
Na bata zake zote tano zilirudi!

Row, row, row your boat,
Gently down the stream.
Merrily, merrily, merrily, merrily,
Life is but a dream.

Row, row, row your boat,
Gently down the stream.
If you see a crocodile,
Don't forget to scream.

Njia, safu, safu ya mashua yako,
Upole chini mkondo.
Merrily, merrily, merrily, merrily,
Maisha ni ndoto.

Njia, safu, safu ya mashua yako,
Upole chini mkondo.
Ukiona mamba,
Usisahau kupiga nduru.

You might also like:

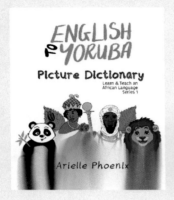

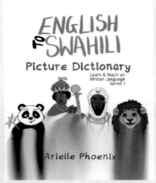

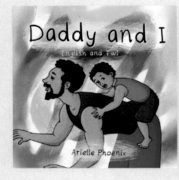

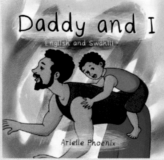

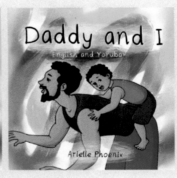

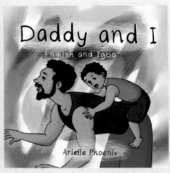

Cyber Phoenix Books

www.books.cyberphoenixltd.com

@cyberphoenixbooks

Made in the USA
Monee, IL
29 July 2021